Pagtuklas

Angel Angnganay

Ukiyoto Publishing

All global publishing rights are held by

Ukiyoto Publishing

Published in 2022

Content Copyright © Angel Angnganay

ISBN 9789367951538

All rights reserved.
No part of this publication may be reproduced, transmitted, or stored in a retrieval system, in any form by any means, electronic, mechanical, photocopying, recording or otherwise, without the prior permission of the publisher.

The moral rights of the author have been asserted.

This book is sold subject to the condition that it shall not by way of trade or otherwise, be lent, resold, hired out or otherwise circulated, without the publisher's prior consent, in any form of binding or cover other than that in which it is published.

www.ukiyoto.com

Acknowledgment

I wish to acknowledge the help of a number of people who had been very supportive and who had gave their extremely thoughtful help.

First and foremost, to our Almighty God, with his grace, and guidance, I successfully finished the creation of the overall manuscript.

Lastly, I would like to express my sincere gratitude, gratefulness, and appreciation to my family for their valuable guidance and motivation throughout the process of completing this book and friends for the great wisdom and sensitivity and with your unending support.

Contents

May Hangganan sa Kaalaman	1
Sa aking Paglisan	7
Pag-unlad ng Ekonomiya	11
Ako ay isang Estudyante	14
Pagmamahal o Kabutihan	17
Sino Ako?	20
Kumusta	25
Emosyon	27
About the Author	33

May Hangganan sa Kaalaman

Ang mundo ay nagsisilbi na isang bahay para sa lahat ng may buhay o wala. Ang tao naman ang siyang gumagawa sa lahat ng mga bagay na nagdudulot ng epekto sa mundo, ang gumagawa ng pagbabago, nagpapatupad ng mga batas, nagpapaganda o sumisira sa kalikasan, nagiging dahilan at epekto ng mga pangyayari sa buhay, at ang siyang nagpapahirap o nagpapasaya sa ibang nilalang. Ito ay ang katotohanan na sa pangaraw-araw ay nasasaksihan, ginagawa, at nararanasan ng mga tao. Sila ang siyang gumagawa nang kasaysayan at kunabukasan, sila ang gumagawa sa tinatawag nilang buhay kung saan ang mga kaganapan ay hindi na mabibigyan ng kahulugan at kasiguraduhan.

Ang mga tao ay nagsisimulang maging bahagi ng mundo mula sa kanilang kapanganakan o simula sa kanilang kamusmusan kung saan sila ay may inosenteng pag-iisip tungkol kung ano ang mundo, hanggang nagkakaroon na sila ng mga katanungan at kuryosidad at sa pamamagitan nito nakalilikha sila ng mga obserbasyon. Kung ilalarawan ang bata ay isang nakakatuwang nilalang na ginawa ng lumikha dahil sila ay nagiging masaya sa mga simpleng bagay at nalulungkot o umiiyak sa mga maliliit na pagkakamali na hindi naman nakakasama sa mga uri nila. Karaniwan sa mga nabubuong katanungan ng isang bata ay bakit kulay asul ang langit, gaano ito kalawak, gaano ito kalayo, o ito ba ay may hangganan, bakit bilog ang mundo pero ang tanawin o ang anyo nito sa lupa ay isang malawak at patag na kalupaan na hinaharangan ng mga bundok. Ang bawat katanungan nila ay nagbibigay ng kaalaman habang sila ay lumalaki sa paglipas ng panahon nagkakaroon rin sila ng malawak na pagkakaintindi at sariling pang-unawa habang sila ay nagkakaroon ng karanasan at mula dito nagkakaroon sila ng pagbabago natututo silang gumawa ng bago at nabubuo ang iba't-ibang mga emosyon na nag-uudyok sa kanila upang gumawa ng mga bagay na hindi nila alam o hindi nila masabi kung ito man ay tama o mali. Sa paglipas ng panahon ang isang inosenteng bata ay nagiging isang responsableng indibidwal dahil sila ay gumagawa na ng desisyon, natututo nang mamuhay sa kanilang pagsisikap, sariling pamamaraan, at kagustuhan, sila rin ay nagiging bayolente at nagiging dahilan ng pagdurusa ng iba.

Minsan ang karanasan ng tao ay hindi kaaya-aya at minsan naman ay ito ay napakaganda. May pagkakataong sila ay nagiging masaya, o di kaya ay malungkot, dumadating rin ang pagkakataong sila ay nagmamahal sa sarili nilang kapwa.

Ang buhay ay minsa'y kinukuwestion ng mga tao kung bakit ang lupit nito sa kanila, kung bakit sila ay pinapahirapan at kung bakit sila ay nagdurusa dahil narin sa kanilang karanasan kung saan sila ay nakakaranas ng mga sakit, sakuna, pang-aabuso, kagutuman, at hinanakit. Hanggang sa nagiging negatibo na ang kanilang pananaw sa mundo dito nila nagsisimulang isisi sa diyos ang lahat at kinukwestiyon na nila ang mga bagay na hindi nila lubos na nauunawaan, tulad ng katanungang bakit sila nabubuhay sa mundo kung sila naman ay nagdurusa, bakit sila ipinanganak kung maghihirap at magkakasakit naman sila, bakit sila nakakaranas ng pang-aabuso, at bakit sila nabuhay kung magiging malungkot naman pala sila.

Ang mga tao ay maituturing na mapanganib na nilalang dahil gumagawa sila ng mga hindi kaaya-ayang bagay. Sila ay kumukuha ng buhay ng nilalang at maging ang sarili nilang buhay, dahil hindi nila alam ang tunay na kahulugan ng buhay, hindi nila alam na wala silang karapatan na tapusin ang buhay ng mga nabubuhay sa mundo, hindi nila alam na walang kasiguraduhan kung matatapos ang kanilang pagdurusa o kung magiging masaya sila kapag wala na sila sa mundo. Hindi nila alam na sila ang dahilan ng lahat ng pagdurusa, paghihirap, sakuna, kalungkutan, maging ang mga sakit dahil ang mga tao ang nabubuhay sa mundo na may kakayahang kontrolin ang mga bagay-bagay at mga pangyayari, sila ang may kakayahang gumawa o sumira, at sila rin ay nakakatakot at delikado dahil kaya nilang makasakit sa iba.

Kung aanalisahing mabuti ang tao ang siyang namamahala at namumuno sa mundo sila ang gumagawa ng kanilang kasaysayan at kinabukasan kayat kung ang tao man ay ipinanganak nang may mahirap na pamumuhay nakabase sa kanilang desisyon kung sila ay nagnanais ng pagbabago maaari silang magsikap at gumawa ng paraan, kung ang tao naman ay kasalukuyang nakakaranas ng suliranin hindi sagot ang paggawa ng masama sa halip maaari nilang hanapan ito ng solusyon, kung ang tao man ay nakakaranas ng panghuhusga maaari nilang ayusin ang sitwasyon sa pamamagitan ng maayos na pag-uusap at pagpapaintindi, samantala kung ang tao man ay may iniindang karamdaman maaari kang gumaling sa pamamagitan ng tamang pagmamahal at pagkakaroon ng disiplina sa sarili subalit kung ang karamdaman ng isang tao ay wala ng lunas o walang mga paraan upang ito ay gumaling, kung gayon ang maaari na lamang nilang gawin ay ipagkatiwala ang kanilang buhay sa lumikha at tanggapin na lamang nila na ang kanilang buhay ay mananatili na lamang sa kasalukuyan nilang oras. Nararapat rin na maunawaan nila na ang bawat indibidwal ay may mga gampanin at papel sa bawat buhay ng bawat isa na sila ay nagdudulot ng epekto sa kung paano mabuhay ang bawat nilalang at kung bakit nagbabago ang isang tao. Sila rin ay walang karapatang kumitil ng buhay ng kanilang kapwa dahil sila ay kabilang sa kanila, kung nagawa man nila ito dahil may dahilan sila o dahil wala sila sa wastong katinuan dapat na tandaan ng isang tao na sila ay minsang naging bata kung saan masaya silang nakikipagtawanan, nakikipaglaro, at nakikihalubilo sa kapwa nila bata, dapat nilang tandaan na may mga magulang sila, mga kapatid, at mga kaibigan at lahat sila ay binigyang buhay ng diyos upang mabuhay sa mundo at magkaroon ng karanasan at para maging bahagi ng buhay ng bawat indibidwal kung kayat ang mga taong kumikitil ng buhay ay walang kapatawaran gayun din ang mga taong nang-aabuso ng kapwa nila, sila rin ay makasalanan sapagkat walang sinuman ang binigyang pahintulot ng lumikha upang umabuso at magpasakit sa iba dahil lahat ng mga tao ay nilikha ng pantay-pantay at iisa na inuuri bilang isang tao. Kaya't ang katotohanan ay walang mga kakaibang mga nilalang sa mundo na kinikilala at kinakatakutan ng mga tao tulad ng mga multo o mga uri ng aswang dahil ang totoong mapanganib at dapat na katakutan ay ang mismong tao.

Dapat rin tandaan ng mga tao na walang swerte o malas sa mundo bagkus ang tanging mayroon dito ay ang paggawa at layunin.

Maaaring may mataas na kaalaman ang mga tao sapagkat nakalilikha sila ng bago at nakakaya nilang diskubrehin ang hiwaga ng mundo at nagawa na rin nilang makapunta sa kalawakan, ngunit gayunpaman sila pa rin ay isang tao na may limitasyon at hindi nila kailanman maaabot ang hangganan ng mundo sapagkat marami pa silang hindi nadidiskubre at nalalaman anuman ang kanilang gawin upang malibot ang mundo ay mananatili parin sila sa iisang pulo na nakalaan para sa mga nilalang. Ang mundo ay hindi lang para sa mga tao, hayop, mga halaman o mga kagamitan, kundi may mga hiwaga ito na importanteng bahagi o parte ng mundo na hindi nararapat na tuklasin ng mga tao.

Sa aking Paglisan

Ang kamatayan ay parte ng buhay na maaaring masabi natin na hangganan ng lahat ng mga nilalang at sa pang-unawa ng iba ito ay nakakatakot dahil wala itong kasiguraduhan, walang sinoman ang nakakalam kung ano ang mangyayari pagkatapos ng kamatayan at walang matibay na pag-aaral o artikulo ang makapagbibigay ng depinisyon at eksplanasyon kung ang isang namatay ay mawawala sa mundo, kung may ibang lugar o dimensiyon na maaaring sila'y piliin at doon ay sila'y maninirahan, kung sila ba'y mabubuhay muli sa ibang panahon o kung mayroon bang reinkarnasyon.

Ang proseso ng buhay ay nagsisimula sa panahon ng ating pagkasilang o sa ating pagkabata, hanggang sa tayo na ay maging dalaga o binata, susunod ay ang tinatawag nating adult kung saan tayo ay responsable na sa ating pamumuhay at tayo ay bubuo narin ng ating sariling pamilya, hanggang sa dumating na tayo sa huling proseso ng ating buhay ito ay ang ating pagtanda. Sa ating pagtanda masasabi natin na maswerte ako dahil umabot ako sa aking panahon ngayon, dahil nasaksihan ko pa ang mga pangyayari at pagbabago sa mundo, at dahil nakasama ko pa ang aking pamilya o minamahal, dito rin ay mauunawaan natin ang mga kahalagahan at kabuluhan ng mga bagay at pangyayari na ating naranasan sa ating nakaraan, mauunawaan natin na ngayon ako ay mahina na at ngayon sila na ang mag-aalaga sa akin tulad noong panahon na inaaalagaan ko pa sila sana lang ay hindi sila magsawa hindi bale na't ako'y mawawala rin lang kalaunan, at mauunawaan natin na ako'y lilisan na at kahit kailan ay hindi ko na muli masisilayan ang mundo.

Natatakot ka ba sa kamatayan dahil sa kadahilanang maaaring mapunta ka sa tinatawag nilang impyerno at maaari rin namang hindi dahil inaasahan mong makakapunta ka sa langit, o di kaya ay natatakot ka dahil ayaw mong makita ang sarili mong katawan na walang buhay o ayaw mong mamulat sa madilim na lugar na walang tao at nag-iisa ka at kahit anong sigaw mo ay walang makakarinig sa iyo. Ang mga paniniwalang ito ay hindi parin malinaw hanggang ngayon sapagkat walang indibidwal ang sinumang nakapunta sa langit o impyerno na nakapagbigay ng testamento na ito ay totoo, subalit may mga relihiyon na naniniwala dito at mayroon rin namang hindi, may kasulatan ring nagdedeklara na ito ay totoo sapagkat may mga ninuno o mga pinaniniwalaang indibidwal mula sa nakaraan na pinili ng lumikha upang isiwalat na ito ay totoo.

Ang bawat indibidwal ay may ibat-ibang pang-unawa sa kamatayan at may sariling mga kadahilanan kung bakit ayaw nilang lumisan. Maaaring dahil may mga bagay o plano pa silang ninanais tuparin o makamtan o di kaya ay dahil sa ayaw nilang iwan ang mga mahal nila sa buhay. Samakatuwid ang mga lumisan na ay hindi na muli pang makakasama ng mga nabubuhay at ang maiiwan nalamang nila ay ang ala-ala na hindi kailan man maaalis sa kanilang memorya. Ang mga naiiwan ay minsa'y nagdurusa sapagkat hindi pa nila maunawaan kung bakit kinuha ang mahal nila sa buhay at kung bakit ibinigay sila ng lumikha upang bawiin rin lang sa kanila, datapwat ang emosyon ay nagbabago sa paglipas ng panahon ang kalungkutang nadarama nila ay mawawala rin at maaaring matanggap na nila na wala na ang kanilang minamahal sa buhay.

Para sa mga taong nagdurusa sa kahirapan, sa sakit, o sa pang-aabuso ng lipunan o sa kamay ng mga tao mismo, maaaring tanggap na nila ang kanilang kamatayan o mas masaklap pa nito ay hinihiling na nila na sila ay mawala na sa mundo dahil sa labis na kahirapan sapagkat para sa kanila ay bakit pa kinakailangang mabuhay sa mundo na puno ng kasamaan at puno ng mapanghusgang mga indibidwal, mas mabuti na lamang na mawala kaysa sa maranasan lahat ng paghihirap sa mundo kahit walang kasiguraduhan ang susunod na mangyayari ay ang mahalaga pansamantalang hindi gumana ang aking pag-iisip upang hindi ko maisip ang aking suliranin at pansamantalang nawalan ako ng emosyon upang hindi ko na maramdaman ang sakit, kahit ang nakikita ko nalamang ay ang malawak at walang hanggang silid na hindi ko batid kung ito ba'y may sahig sapagkat sa aking pakiramdam ay mahuhulog ako sa walang hanggang pagkahulog kapag tumapak ako.

Ang lahat ng mga nilalang ay may hangganan ngunit ang mundo ay magpapatuloy parin sa paglipas ng panahon maraming magbabago at maraming indibidwal ang mabubuhay at maaaring ang ating pangalan ay hindi na maaalala ng karamihan.

Tanggap man natin o hindi ang ating kamatayan hindi parin mapapalitan ang katotohanan na ang kamatayan ay parte ng buhay sapagkat walang permanente sa mundo, kaya't ang bawat oras ay importante at kinakailangan na ilaan natin ito sa mga taong mahalaga sa atin at kinakailangan natin na gumawa ng mabuti sa ating kapwa upang magkaroon ng kabuluhan ang ating buhay at maging masaya tayo sa ating paglisan.

Pag-unlad ng Ekonomiya

Habang patuloy na lumilipas ang panahon unti-unti ring nagbabago ang ekonomiya hindi lang sa pakikipagkalakan, sa politika, sa kultura, at sa sports kundi pati narin sa istilo ng pamumuhay ng bawat indibidwal mula sa kanilang pananamit, pananalita, paniniwala at hanggang sa kanilang pag-iisip. Dito rin umuusbong ang mga makabagong teknolohiya, pamamaraan, at mga salita kung saan kadalasan ay napapalitan na nito ang ating lokal na kinagawian. Ngayong panahon din ay mas binibigyang pansin natin ang pagiging perpekto dahil ito ang mas nakakaangat o nagiging dahilan ng pag-angat sa ekonomiya.

Sa bawat henerasyon ng bawat pamilya ay simbolo ng paglipas ng panahon, pagdagdag ng bagong kasaysayan, at pagpalit ng uso o pagkakaroon ng panibagong pag-unlad at kaalaman na nagreresulta ng luma at bago. Minsan ang mga matatanda ay hindi na maunawaan ang henerasyon ngayon dahil ang kanilang kinagawiang pamumuhay noon ay halos wala nang replika sa pamumuhay ngayon at ang nangunguna sa repleksiyon ng pagbabago ay ang teknolohiya na halos bahagi na ng pamumuhay ngayon at maaaring nagiging kabilang na sa pangangailangan ng mga tao at hindi na sa kagustuhan, sapagkat hindi makakayang makipagsabayan ng isang indibidwal sa kanyang pamumuhay kung siya ay walang anumang gadgets dahil ang teknolohiya ay koneksiyon sa mundo. Ito rin ay maaaring sumasalamin sa realidad na ang mundo ay punong-puno ng peke at pagpapanggap base sa bawat isinusulat o ipino-post sa internet dahil ang teknolohiya ay maaaring gumawa ng maganda mula sa pangit at totoo mula sa kasinungalingan. Ang teknolohiya rin ay punong-puno ng mga kasulatan, mga dokumento, at mga mahahalagang impormasyon ng bawat indibidwal na nagsisilbing imahe na nila sa paningin ng iba, ito man ay katotohanan o hindi.

Ang pag-unlad ay isa ring indikasyon ng kapangyarihan. Ang mas nakakaangat ay mas maraming nakukuha at mas maraming kaya, samantala para sa mababang sektor na naghahangad ng pag-unlad ay sadyang napakahirap at nangangailangan ng mabuting pagsisikap at tiyaga.

Isang halimbawa ng karaniwang nangyayari sa ating ekonomiya ay sa kung papaano kumita ang dalawang indibidwal kumpara sa trabaho o ginawa nila. Sila ay ang magsasaka at ang may-ari ng isang pamilihan, kung saan ang magsasaka ay maghapon na nagtatrabaho sa bukirin sa kabila ng mainit na panahon at sa kabila ng maraming proseso ng pagsasaka ngunit ang benta ng palay ay maliit lamang at para sa isang magsasaka na maliit lamang ang sakahan ang kita nila ay hindi sapat sa kanilang pangaraw-araw na gastusin sa kabila pa nito'y silang nagpoproduce ng palay ay minsan nawawalan rin kinakain, sa kabilang banda ang may-ari ng pamilihan ay buong araw lamang na nagbabantay ng kanyang paninda at kung siya ang bumibili ng palay ibinebenta niya ito sa malaking halaga sa kabila pa nito siya'y hindi nagtatrabaho ng sobra ngunit siya ay kumikita.

Ako ay isang Estudyante

Pangarap, iyan ang mayroon ako na pilit kong inaabot ano man ang pagdaanan ko o ano man ang mga balakid sa aking paglalakbay, ito rin ang nagsisilbing lakas at inspirasyon ko upang magpatuloy at lalo pang magsipag sa kabila ng mga suliranin. Ang bawat araw para sa akin ay isang karera, karera na para bang hindi matapos-tapos magmula sa paggawa ng mga bagay na aking kinagawian na palaging nagreresulta ng palagi kong paghahabol sa oras, ngunit hindi ko kaya. Sapagkat ang oras ay mabilis na lumilipas kaya't ang maaari ko na lamang gawin ay pagsabayin ang aking mga gawain hanggat maaari at ang nasa isip ko na lamang ay kailangan kong gawin sapagkat kailangan, kung hindi ay babagsak ako at hindi ko na magagawang tapusin ang sunimulan kong karera kahit abutin ako ng hapon o di kaya ay umaga, kahit halos makalimutan ko nang kumain, at kahit ilang oras nalang ang aking tulog ang mahalaga ay maitawid ko ang aking pag-aaral. Ngunit hindi ko batid ang aking kinabukasan, hindi ko masisigurado kung ako ba ay magiging matagumpay, at hindi ko alam kung tama o sulit ba ang aking mga sakripisyo at mga pagsisikap upang makamtan ko ang aking pinapangarap sa aking pagtatapos.

Totoo ba ang tadhana?. Sapagkat kung ang tadhana ang pumipili ng kinabukasan, ano ang akin?. Maaari bang piliin niya ang aking hinahangad?. Sapagkat kung taliwas rin lang ang tadhana ayon sa aking kagustuhan, para saan pa't nagsikap ako, para saan pa't nagkaroon ako ng matataas na grado, at para saan pa't nagtiis ako ng maraming taon.

Kung sana lang ay pantay-pantay ang pagtrato sa bawat indibidwal ano man ang estado natin sa buhay at kung sana lang ay hindi naiiwan ang nasa mababang sektor ng lipunan, ngunit kahit saang anggulo mang tingnan may pagkakaiba sa pagitan ng mga propesyonal at ng walang natapos hindi lang sa paraan ng pakikihalubilo sa kanila kundi pati narin sa pakikipag-usap at pakikitungo o pakikisama sa kanila. Ngunit mahirap ang pag-aaral kahit na lahat tayo ay talentado mahirap parin makipagsabayan sa lahat ng mga aktibidad, mga proyekto, at pati na rin sa mga gawain sa bahay kung saan bawat araw ay ramdam ko ang bawat presyon at ang mga expectations o mga inaasahan sa akin ng mga mga tao na kahit sagad na sa aking limitasyon ay kailangan ko paring subukan para maging kung ano ang inaasahan nila.

Sabi ko na lamang sa aking sarili na ako'y magiging guro upang magturo hindi upang magbigay ng expectations sa kung ano ang kaya ng aking estudyante, ako'y magiging enhinyero hindi para manlamang sapagkat ako'y may kaalaman sa numero, ako'y magiging doktor hindi para magbigay ng karamdaman para lang sa magiging epekto nito sa aking ospital, ako'y magiging sundalo hindi para mangabuso sapagkat ako'y may awtoridad, at ako'y magiging kawani ng gobyerno hindi para manggipit sapagkat ako'y may kapit, dahil ako'y naging estudyante rin minsan at alam ko ang pakiramdam.

Pagmamahal o Kabutihan

Sadya ngang makapangyarihan ang pagmamahal sapagkat pinupunan nito ang lungkot sa buhay ng isang tao. Pinaparamdam nito na hindi ka nag-iisa, na may karamay ka, na mahalaga ka at ipinapakita na ang mundo ay masaya, ngunit minsan dahil ang pagmamahal ay labis na makapangyarihan ito rin ang nagiging dahilan ng labis na sakit sa isang indibidwal na hindi basta-bastang nawawala at nakakalimutan. Kung labis na pagmamahal ang ibinigay o tinanggap ng isang indibidwal nangangahulugan rin ito na mas malubha ang epekto nito sa kanyang buhay sapagkat siya ay umasa, nagpahalaga, naglaan ng kanyang oras at pagsisikap, at higit sa lahat siya ay nagmahal o minahal. Ang isipin na ang isang indibidwal na minahal o nagmahal sa iyo ay nagkaroon ng pagbabago sa kanyang pakikitungo o sa kanyang damdamin para sa iyo ay maaaring ikabago ng iyong pangaraw-araw na pamumuhay at ng iyong personalidad, ito'y nakadepende sa uri ng pagmamahal na iyong naranasan o ibinigay, sa tagal ng isang pagsasama, at kung paano nangyari ang pagbabago na maaaring dahil sa isang tao, sa isyung pinansyal o sa pamilya, at maaaring dahil sa personalidad, pamumuhay, o sa nararamdaman mismo ng isang tao.

Datapwa't lahat ng mga indibidwal ay naghahanap ng pagmamahal dahil sa kanilang personal na kadahilanan, lahat rin ng tao ay nakakaranas na masaktan, umiyak, at maiwan sapagkat hindi ito maiiwasan kahit pa gaano katindi o katibay ang isang pagmamahalan, kahit pa gaano sila kaingat o kasigurado, at kahit pa hindi nila ito hinahangad ito'y mangyayari parin dahil ito ang sistema ng buhay. Ang pagmamahal ay natural lamang sa pagkatao ng bawat indibidwal gayundin ang kabutihan. Gayunpaman ang kabutihan ay minsan napagkakamalang pagmamahal dahil mahirap itong kilalanin, kaya't ang simpleng kabutihan na ipinapakita ng isang indibidwal ay minsang binibigyang kahulugan bilang isang pagmamahal na nagdudulot sa isang tao na umasa na siya ay mahalaga at pinapahalagahan ngunit kalaunan ay nagbubunga ng tampo at pag-aawayan kung siya ay nakakita ng isang hindi kaaya-ayang gawain, pagkakamali, o desisyon dahil siya ay nagbigay na ng pamantayan sa maling enterpretasyon at dahil ang inaakala niyang pagmamahal ay isa lamang pagkakamali o hindi pagkakaunawaan.

Sa kabilang banda, kung ang isang tao man ay ninais na huwag masaktan o umasa ang maaaring wais na desisyon at pag-iisip ay huwag basta-bastang magbigay ng kahulugan sa pakikisama sa iyo ng isang indibidwal kundi ay tanggapin ito bilang isang mabuting pakikitungo at pagmamalasakit lamang sapagkat kung dumating man ang araw na sila'y nagbago hindi ka masasaktan dahil wala silang obligasyon na maiiwan o pangako na masisira.

Sa mabuting pag-aanalisa kung inaasahan ng isang indibidwal ang panghabang buhay na pagmamahal magiging mahirap sa kanya ang pagtanggap kung siya'y niloko, iniwan, ipinagpalit, o kung nabigo ang kanyang pamantayan sa kanilang pagmamahalan, sapagkat ang katotohanan ay walang perpekto at panghabang buhay na pagmamahalan dahil ang tanging mayroon lamang sa mundo ay magandang pagsasama at ito'y nagiging panghabang buhay kung mayroong respeto, tiwala, pang-unawa, at kabutihan sa bawat isa.

Sino Ako?

Maraming depinisyon ang mailalarawan sa salitang sarili maaaring ito ay ayon sa sarili nating pagkakakilala o maaari namang ayon ito sa ibang tao. Ang sarili ay marami ring kahulugan ayon sa mga pag-aaral ng mga dalubhasa o mga philosopher.

Minsan ay sinasabi nating ako ay ako, pero sino o ano ka ba talaga na masasabi mong ikaw.
Ang bawat indibidwal ay may sariling pagkatao, may sariling kakayahan, talento, pag-iisip, at may sarili tayong kagustuhan.

Kayo ba ay isang mang-aawit, mananayaw, pintor, o di kaya naman ay negosyante, at marami pa. Maaaring isa sa mga nabanggit ay isa sa iyong gustong maging balang araw. Ang propesyon ay isang basehan ng isang tao para masabi na ito ay ako gayun din ang katayuan sa buhay at mga katangian. Ngunit sigurado ka bang alam mo na kung sino ka, gaano mo kakilala ang sarili mo, maaari mo bang sabihin sa sarili mo kung sino ka.

Isa ka bang matapang na tao at satingin mo ay wala kang kinakatakutan at hindi ka kailan man umiyak, kung gayon isa kang kahanga-hangang tao ngunit hindi parin sapat para ikaw ay masasabing matapang dahil ang totoo gusto mong umiyak minsan dahil marami kang gustong sabihin pero hindi mo alam kung paano dahil ang mga tao sa paligid mo ay kilala ka bilang isang matapang na tao. Walang taong hindi umiiyak dahil lahat tayo ay may emosyon at kahinaan. Kailan ka ba huling natakot, hindi ka ba umiyak kahit minsan sa buhay mo at sigurado ka bang hindi ka takot sa mga posibleng mangyari sa buhay mo. Kung satingin mo naman ay isa kang mahina o walang silbi na tao, mag-isip kang mabuti nararamdaman mo ba na ganito ka, o ipinaparamdam ba ito ng mga taong nasa paligid mo, kung gayon wala ka bang nagawang bagay na ikinabuti ng iba o nagdulot ng kasiyahan sa ibang tao, nakabuo ka na ba ng isang bagay na naging epektibo o naaayon sa iniisip mo, at may bagay ka bang ginawa nang nag-iisa. Ikaw ba ay isang tao na kayang makuha ang lahat at sa tingin mo ay wala kang hindi kayang gawin, kung gayon ano-ano ang mga nakamit mo, kontento ka ba sa nakukuha mo, natupad mo ba lahat ng kagustuhan mo, at sigurado ka bang wala nang kulang sa buhay mo. Kung satingin mo naman ay napakaperpekto mo dahil maraming humahanga at nagmamahal sayo at lahat ay nakuha mo na, kung gayon maaari mo bang sabihin sa sarili mo na kontento na ako, sigurado ka bang mahal ka ng mga nagmamahal sayo at tanggap ka nila kahit na ano ang iyong katayuan at pagkatao, at masaya ka ba sa nangayayari sa buhay mo o sa nakukuha mong atensiyon. Kung ikaw naman ang klase ng tao na ang pakiramdam ay walang nagmamahal sayo at nag-iisa, kung gayon balikan mo ang mga pangyayari sa buhay mo wala ka bang kaibigan o pamilya, wala ba kahit isa na dumamay sayo noong malungkot ka, wala bang nag-alala sayo kapag may sakit ka, sino ang nagpapasaya sayo at sino ang nagbibigay ng paalala at lakas ng loob sayo sa tuwing may gagawin ka.

Ang sarili ay maaaring mahusgahan at makilala ng ibang tao sa maling paraan o pagkakaintindi. Ang tunay na kahulugan ng sarili ay hinding-hindi natin kayang ipakilala sa ibang tao dahil tayo lang ang nakakaalam kung ano at sino tayo. Tulad nalang pag sinabi mo na ako ay mahilig sa mga aso at iyon ako, maaaring magdulot ito ng kalituhan sa iba at maaaring magkaroon sila ng maling pag-unawa ngunit tayo ang ating sarili alam natin ang tunay na kahulugan ng pangungusap na iyon.

Ang bawat tao ay may sariling pagkakaintindi sa sarili ngunit kahit ikaw man ay mahusgahan ng ibang tao at maging dahilan ito upang baguhin mo ang iyong pagkatao, hindi parin natin mababago ang ating tunay na sarili at tayo lang ang nakakaalam kung sino tayo.
Pangpitong Paksa: Katotohanan at Hinahangad

Ang isang tao ay masasabing may pabago-bagong pagkatao dulot narin ng pakiramdam, pag-iisip, at mga pangyayari sa mundo. Sa tuwing tumitingin tayo sa salamin ay palagi nating inoobserbahan ang ating sarili, kung ano ang ating pisikal na itsura, kung maganda ba tayo, maayos ba ang ating damit, o kung ano ang pagbabago sa ating katawan. Ang obserbasyon natin sa ating sarili ay masasabing ang ating actual self o ang ating totoong sarili ito man ay magandang obserbasyon o hindi. Bagamat tayo ay naaapektuhan ng mga bagay na nauuso, mga taong sikat, magaganda na satingin natin ay maihahalintulad sa isang perpektong tao, tayo ay nagkakaroon ng pangarap na sarili o kagustuhan na pagkatao at iyon ay ang ideal self, hindi ito masasabing nakasasama sa atin dahil maaaring ang epekto nito ay ang pagpapahalaga at pagmamahal natin sa ating sarili o pagkakaroon ng pag-unlad. Ngunit maaari ring maging dahilan ito upang ikumpara natin ang ating sarili sa ibang tao na maaaring maging dahilan upang bumaba o mawala ang ang tiwala sa ating sarili, maaari ring may mas malala itong epekto sa ating emosyon kung hindi tayo naging tulad sa ating pinapangarap na sarili.

Dulot ng ating nararamdaman, karanasan, nasasaksihan, at naririnig tayo ay nagkakaroon nang kagustuhan na magbago. Dulot na rin ng pisikal na itsura, katanyagan, at impluwensiya ng mga taong satingin natin ay perpekto nagkakaroon tayo ng pangarap na maging katulad nila.

Ang lahat ng mga pangyayari sa mundo at mga pagbabago sa bawat henerasyon ay may impluwensiya sa ating pagkatao. Ngunit ang tao ay hindi perpekto, kilala man tayo na may magandang mukha, maraming talento, o magaling sa iba't-ibang larangan hindi parin natin maitatago at maitatanggi na tayo ay may kakulangan na tayo lang ang nakakaalam. Ang bawat tao ay nilikha na hindi magkakatulad upang makilala natin kung sino tayo at malaman natin ang ang sarili nating kakayahan, talento, kahinaan, at kagustuhan dahil bawat tao ay may ginagampanan at maaaring magamit natin ang ating sarili at kaibahan upang magbigay inspirasyon sa iba at magbigay ng kaalaman o tulong, dahil ang bawat pagkakaiba natin ay dahilan upang tayo ay matuto at magkaroon ng bagong kaalaman o karanasan.

Kumusta

Sa araw na ito ay naniniwala ako na nakagawa ka ng maraming bagay, ito man ay may maganda o hindi magandang resulta. Naniniwala rin akong may mga araw kung saan ginawa mo na lahat kahit pagod na pagod ka na para sa hangarin na matatapos mo rin ang lahat kahit na anong mangyari at sa paniniwala na kaya mo at magagawa mo.

Kumusta ka na?
Kaya mo pa ba?

Minsan ayos lang na tanungin o kamustahin natin ang ating sarili lalo na kung tayo ay malungkot. Subukan nating tanungin kung masaya ba tayo sa ating nagawa sa kabila ng ating pagsisikap, ng ating oras, at ng ating pagsasakripisyo, kontento ba tayo sa huli o nakamit ba natin ang ating kagustuhan at inaasam.

Sa gayon naniniwala ako na may matutunan tayo sa ating pangangamusta sa ating sarili. Maaaring mapagtanto natin na ayos lang kahit na ano ang maging resulta ng aking ginawa ito man ay maganda o hindi ang importante ay ginawa ko ang magagawa ko, binigay ko lahat para magawa ito ng maayos, at pinagbutihan ko. Marahil ay ito na ang aking limitasyon sapagkat wala ring tao ang matagumpay sa lahat o transendente.

Minsan subukan natin na kumustahin ang ating sarili dahil kailangan rin natin ng pang-unawa at pagmamahal. Kahit ngayong oras man lang sa kabila nang ating mahabang araw.

Emosyon

Ang emosyon ay minsan nakakagulo sa ating pag-iisip, na minsan ay atin ding ikinapapahamak, o malubha pa nito'y ikinasisira ng ating katinuan, at minsan nagiging dahilan ng mga bagay na sa huli ay ating pinagsisisihan dahil ang emosyon ay naiimpluwensyahan ang ating pagdedesisyon lalo na sa isang sitwasyon kung saan ay kasalukuyan tayong nakakaramdam ng matinding uri ng emosyon. Sa sitwastong ito ang wais at matalinong pagdedesisyon ay naisasawalang bahala sapagkat naiimpluwensyahan tayong magdesisyon at gumawa ng isang bagay ng walang wastong pag-aanalisa.

Halimbawa nalang ay ang sitwasyon ni Magie. Siya ay maagang naulila at nakikitira sa kahit sino sa kanyang mga kamag-anak, pinagsasabay ni Magie ang kanyang pag-aaral at pagtatrabaho dahil kinakailangan niyang gawin ito sapagkat siya lamang ay nakikitira. Magmula pagkabata hindi niya naranasan ang pagmamahal ng isang magulang at pakiramdam niya ay pinagkakaitan siya ng pagkakataon na sumaya. Sa kabila pa nito'y batid niya na siya ay naiiba sa mga kaedad niya hindi lang dahil wala siyang pamilya ngunit dahil wala siya ng mga materyal na bagay na mayroon sa ibang mga bata. Sa ganitong sitwasyon siya lumaki palaging nakokontrol ang bawat galaw pinupuna sa tuwing may pagkakamali, at walang kalayaan na magdesisyon para sa kanyang sariling kagustuhan. Malungkot ang kapalaran niya lalo pa't wala siyang Nanay at Tatay na susuporta, magbibigay ng payo, at makikiramay sa kanya sa panahon kung saan ay marami siyang nais na sabihin na mga hinanakit at gustung-gusto nang umiyak at sa panahon na siya ay nag-iisa at mahina. Malupit ang mga tao, iyon ang namayani sa kanyang isipan dahil sa kanyang mga karanasan. Sa paglipas ng panahon ay unti-unti ring umusbong ang mga pakiramdam na labis na nagpapahirap sa kanya iyon ay ang inggit at insekyuridad, ito ang bumabago sa kanyang pagkatao at emosyon sa kadahilan rin na siya ay kinukutya dahil sa kanyang pisikal na anyo na sa paningin ng mga tao ay walang itsura, tumindi ang mga damdaming iyon na nagtulak sa kanya na kamuhian ang sarili. Kahit pa palipat-lipat siya ng tinutuluyang bahay para sana maghanap ng bagong simula at bagong pamilya na tatanggap sa kanya hindi para pagmalupitan at pagtrabahuhin kundi para mahalin at ituring na isang kapamilya. Ngunit kailanman hindi iyon nangyari dahil itinuturing siyang iba at walang lugar kahit saan. Hanggang sa dumating ang yugto ng kanyang buhay sa pagdadalaga na itinuturing na komplikadong parte ng buhay ng isang tao dahil dito nagsimulang ikumpara ni Magie ang kanyang sarili sa kanyang mga kaibigan, nagsimulang pansinin ang kanyang pisikal na anyo, kasuotan, at katayuan, at dito umuusbong ang damdamin na paghanga o pagmamahal para sa ibang kasarian ngunit satingin niya sadya ngang kaawa-awa siya, sino nga naman ang magkakagusto sa isang katulad niya.

Ang lahat-lahat ng ito'y napakabigat sa kanyang kalooban, lalo na sa tuwing inaalala niya ang kanyang karanasan magmula sa kanyang kamusmusan. Marami man siyang katanungan tulad ng "Bakit, bakit ako pa ang pinahihirapan ninyo ng ganito?. Bakit pa ninyo ako binuhay sa mundong ito kung ito naman pala ang magiging kapalaran ko?. Vakit ninyo ako hinahayaang maghirap?. Ano ang aking kasalanan?" ay hindi niya kayang magtanong dahil sino nga naman ang pagtatanungan niya, sino ang makikinig at sasagot sa kanyang mga katanungan, at sino ang uunawa sa kanya, kaya't mas mabuti na lamang na kimkimin niya ang hinanakit at umiyak sa isang madilim at maliit na sulok kung saan walang nakakarinig at huhusga sa kanya, at paulit-ulit na naririnig niya ang sarili niyang boses.

"Kaawa-awa ka. Walang nagmamahal sa iyo. Hindi ka maganda. Nag-iisa ka at walang nandiyan para sa iyo." Tumindi ng tumindi ang sakit ngunit tahimik lang siyang umiiyak. Hinihiling niya ng paulit-ulit na sana ay kunin na lamang siya ng lumikha wala rin namang magluluksa sa tuwing siya'y wala na. Pagod na pagod na siya ngunit kahit pa hindi maganda ang kanyang pakiramdam ay wala ni isa man na lumapit sa kanya upang tanungin kung siya ay maayos o kung kamusta siya. Pagkatapos lang ng ilang minuto ay tumahan na siya at pilit na inaalo ang sarili sapagkat wala siyang karapatan para magpahayag ng damdamin dahil kailangan niyang magtrabaho uli.

Hanggang sa dumating ang araw na hindi na niya kontrolado ang kanyang pag-iisip, kadalasan ay tulala siya na para bang may malalim na iniisip, wala sa kamalayan, at sa tuwing inuutusan siya ay parang wala siyang naririnig sa tuwing may ginagawa naman siya'y para siyang lutang, sa kadahilanang ito'y palagi siyang pinapagalitan ngunit wala siyang reaksiyon tulala lang siya at minsan ay tumitigil siya sa kanyang ginagawa at nagiging tila parang estatwa o di kaya'y minsan ay naglalakad siya ng walang direksiyon. Hanggang sa wala nang gustong tumanggap sa kanya sa kanilang tahanan dahil wala na siyang pakinabang dahil puro panenermon na ang ginagawa nila at pagaaksaya lang ng oras ang naidudulot niya sa kanila imbes na makatulong. Bawat kamag-anak niya ay tinatanggihan siya, hindi rin siya nagtatagal sa tuwing may naggdedesisyon na patuluyin siya.

Isang araw may parang himala na nangyari sa kanya, sapagkat magana uli siya sa kanyang trabaho at hindi na siya nakasimangot. Namulat na siya sa kanyang bangungot.

Sa madilim na lugar na iyon ay nakikita niya ang kanyang sarili, umiiyak siya pagkatapos ay tumatawa papalit-palit ang kanyang emosyon, napabayaan rin ang kanyang sarili magulo ang kanyang buhok at wala sa ayos ang kanyang kasuotan, hanggang sa napagtanto niya ang kanyang kamalian dahil sa nasasaksihan. Na ang katotohanan ay siya ang dahilan kung bakit napabayaan ang kanyang sarili at kung bakit nagmukha siyang kawawa dahil hindi niya minahal ang kanyang sarili at pinagkaitan niya ang kanyang sarili na sumaya. Sapagkat kung aanalisahing mabuti ay maaari siyang pumili at maaari siyang gumawa ng desisyon. Maaari niyang baguhin ang kanyang sitwasyon para hindi maging kawawa, maaari siyang magsumikap para magtamo ng pag-unlad, at maaari siyang gumawa ng paraan para hindi na maramdaman ang pakiramdam na iba siya.

Kaya't sa tuwing nakikihalubilo siya sa kanyang mga kakilala ay hindi na niya pinapansin ang tinig na iyon na nagsasabing hindi siya nabibilang sa grupo, na naiiba siya, na nagsasabing siya ang pinagtatawanan sa tuwing may mga taong tumatawa at nagbubulungan, at nagpaparamdam sa kanya na hindi siya maganda at may mali sa kanya. Sa halip sinasabi niya sa kanyang sarili na "Maaaring maganda nga sila ngunit bawat tao ay may sariling natatanging kagandahan kaya't maganda ako", sa tuwing ipinaparamdam sa kanya na naiiba siya at may kulang sa kanya ay iniisip na lamang niya na "Ayos lang dahil hindi tumitigil ang panahon maaaring ganito ako pero palaging may pagbabago sa buhay ng isang tao at maaari akong gumawa ng pagbabago sa sarili ko", at sa tuwing pinapagalitan siya ay hindi na siya umiiyak bagkus tinatanong niya ang kanyang sarili na "Bakit ako iiyak sa simpleng salita lamang?". At pinapaalalahanan niya ang kanyang sarili na "Huwag maging mahina sapagkat tao lamang sila at hindi sila ang magiging dahilan ng pagkasira ng aking pangarap at ng aking buhay. Magsusumikap ako para hindi na muling maapi, para magkaroon ng sariling buhay kung saan walang kumokontrol sa akin, at para magkaroon ng kalayaan".

Sa kahalintulad ng sitwasyon na ito ay maaaring mabisang paraan ang ang mga nabanggit upang malabanan ang pagkawala sa wastong katinuan o ang pagkakaroon ng mababang tiwala sa sarili, maaari ring gawing paraan ang pagsusulat upang manatiling positibo ang pananaw sa buhay, maaaring isulat mo ang iyong mga karanasan, ang iyong mga hinanakit, at mga katanungan mo sa buhay, at pagkatapos ay tanungin mo ang iyong sarili ng mga tanong tulad ng kung ano ang mga gusto mong gawin o mga plano, o di kaya ay ang mga bagay na sa tingin mo ay nararapat at hindi. Alalahanin mo ang mga dahilan at ang magiging epekto ng mga bagay sa iyong buhay, at kung tama ba ang ginawa mo o hindi. Ngunit dapat ay magkaroon ka ng layunin na tulungan ang iyong sarili at lumikha ng nararapat at positibong solusyon, at sa huli pagkatapos ng iyong pagninilay, pagalala sa iyong karanasan, at pagaanalisa ay tiyak na mayroong kasiguraduhan na makakatagpo ka ng aral at mababawasan ang bigat o ang hinanakit ng iyong kalooban.

About the Author

Angel Angnganay

Angel Angnganay is a full time college students, a painter, an adventure lover, and a person who finds writing as a reliever that clears and refreshes everything. She does her best writing on her room specially at a rainy season and she has a number one supporter that she also considers her best friend, her dog Mata.

www.ingramcontent.com/pod-product-compliance
Lightning Source LLC
LaVergne TN
LVHW041642070526
838199LV00053B/3512